Dưới bầu trời sao
Under the Stars

Sam Sagolski
Minh họa: Elena Kisenkova

www.kidkiddos.com

support@kidkiddos.com

First edition

Translated from English by Trang Nguyen
Chuyển ngữ từ bản tiếng Anh: Nguyễn Trang

Library and Archives Canada Cataloguing in Publication
Under the Stars (Vietnamese English Bilingual Edition) / Sam Sagolski
ISBN: 978-1-5259-7917-0 paperback
ISBN: 978-1-5259-7918-7 hardcover
ISBN: 978-1-5259-7916-3 eBook

Please note that the Vietnamese and English versions of the story have been written to be as close as possible. However, in some cases they differ in order to accommodate nuances and fluidity of each language.

School

Chào bạn! Tớ tên là Mark.

Hi friend! My name is Mark.

Còn đây là các anh của tớ: Steven và Eric. Tớ là em út.

And these are my brothers: Steven and Eric. I am the youngest.

Hôm nay là buổi học cuối ở trường! Cuối cùng, kỳ nghỉ hè cũng đến rồi.

Today is our last day of school! Summer vacation is finally here.

Cả nhà tớ sắp có một chuyến đi chơi xa. Tớ không biết cả nhà sẽ đi đâu nữa. Mẹ và bố nói muốn tạo bất ngờ.

My family and I are going on a trip. I don't know where we are going. Mom and Dad said it's a surprise.

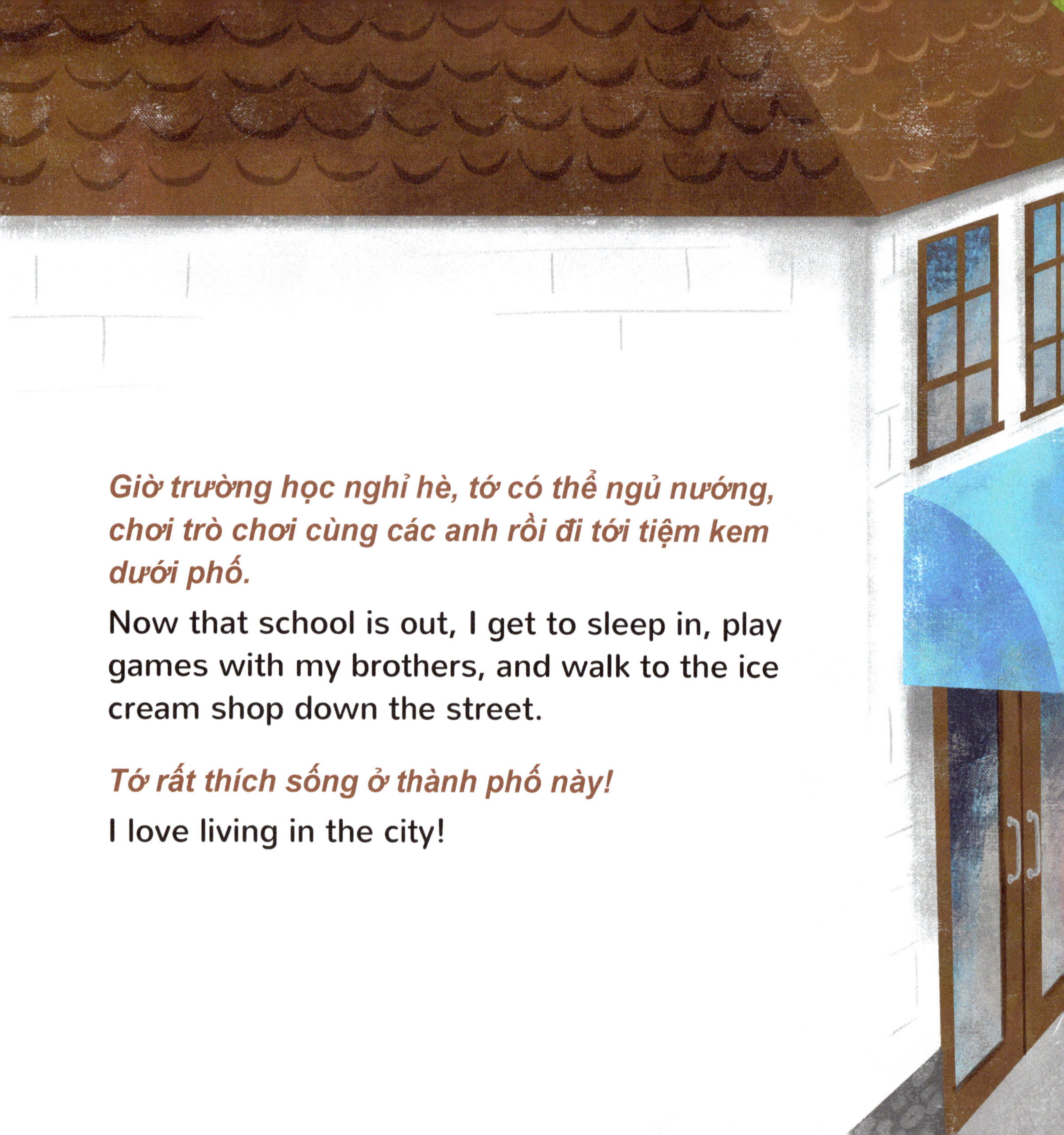

Giờ trường học nghỉ hè, tớ có thể ngủ nướng, chơi trò chơi cùng các anh rồi đi tới tiệm kem dưới phố.

Now that school is out, I get to sleep in, play games with my brothers, and walk to the ice cream shop down the street.

Tớ rất thích sống ở thành phố này!

I love living in the city!

ICE CREAM

''Nào các chàng trai!'' bố mẹ gọi chúng tớ khi đã ngồi trong ô tô. ''Lên xe đi nào!''

"Hey boys!" my parents call to us from the car. "Get in!"

Tớ ngồi giữa các anh và nhìn ngó xung quanh. Tớ nhìn thấy ấm nước, chảo, cả chiếc chăn và chiếc gối yêu thích của tớ nữa.

I sit between my brothers and look around. I see pots, pans, and my favorite blanket and pillow.

''Sao đồ của con lại ở đây thế ạ?'' Tớ hỏi.

"Why is my stuff here?" I ask.

Tớ thường thấy thoải mái với những điều bất ngờ, nhưng lần này tớ có dự cảm không tốt lắm.

Usually I'm okay with surprises, but I have a bad feeling about this one.

Steven và Eric liếc nhìn những món đồ ở phía sau. Cả hai đều cười ngoác miệng.

Steven and Eric glance at all the stuff in the back. They both smile widely.

Hai anh hét lên: ''Chúng ta đang đi CẮM TRẠI phải không ạ?!''

“Are we going CAMPING?!” they shout.

Bụng tớ thắt lại. Cắm trại? Đó là điều bất ngờ sao? Tớ không muốn đi cắm trại đâu!

My stomach knots. Camping? That's the surprise? I don't want to go camping!

Ở đó có những con bọ đáng sợ, những quái vật sống trong rừng và trên hết là trời sẽ tối! Tớ sợ bóng tối.

There are creepy crawly bugs, monsters who live in the woods and, most of all, it's dark! I'm afraid of the dark.

''Em không thấy háo hức hả Mark?'' anh trai tớ hỏi. ''Đây là lần đi cắm trại đầu tiên của em mà.''

"Aren't you excited, Mark?" my brother asks. "It's your first camping trip."

Tớ không dám nói với các anh là mình sợ. Các anh sẽ cười tớ mất, nên tớ chỉ nhún vai.

I can't tell them I'm afraid. They will laugh at me, so I just shrug my shoulders.

''Tới lúc dỡ đồ rồi,'' Bố nói khi xe dừng lại. ''Mọi người xuống đi nào!''

"Time to unload," Dad says as the car comes to a stop. "Everybody out!"

Tớ nhìn xung quanh; trời đã nhá nhem tối. Tớ thấy rất nhiều cây cối và một cái hồ. Hình như có những con mắt đang dõi theo tớ?

I look around; it's almost dark. I see lots of trees and a lake. Are those eyes looking at me?

''Con muốn về nhà!'' tớ hét lên. ''Trong rừng có quái vật. Trời thì tối và con sợ lắm. Con muốn bật đèn sáng cơ!''

"I want to go home!" I shout. "There are monsters in the woods. It's dark, and I'm scared. I need my night light!"

Tớ nghe thấy các anh cười lớn, nhưng tớ không quan tâm. Tớ không muốn ở đây chút nào.

I hear my brothers laughing, but I don't care. I don't want to be here.

''Mark, con yêu à,'' bố nói, ''Bố biết là trông khu rừng có vẻ đáng sợ, nhưng con sẽ nằm trong túi ngủ cạnh bố mẹ và các anh. Không có gì phải sợ cả.''

"Mark, honey," Dad says, "I know the forest looks scary, but you will be snuggled in your sleeping bag next to us and your brothers. There's nothing to be afraid of."

Ngủ ngoài trời? Trong bóng tối? Tớ không thích điều đó.

Sleep outside? In the dark? I don't like that.

''Cảnh vật dưới bầu trời sao thật đẹp,'' mẹ nhìn lên bầu trời và nói.

"It's so pretty under the stars," Mom says looking up at the sky.

Những ngôi sao? Tớ thích sao lắm. Không phải lúc nào bạn cũng có thể nhìn thấy sao ở thành phố. Tớ cũng ngước lên. ÔI CHAO! Tớ chưa bao giờ nhìn thấy nhiều ngôi sao đến thế!

Stars? I like stars. You can't always see them in the city. I look up too. WOW! I've never seen so many stars!

''Con có đếm được hết không hả Mark?'' mẹ hỏi.

"Can you count them, Mark?" Mom asks.

Sau bữa tối, chúng tớ thay đồ ngủ và nằm vào túi ngủ.

After dinner we get into our pajamas and slide into our sleeping bags.

Tớ có một chiếc đèn pin bố đưa.

I have the flashlight Dad gave me.

Sau khi hôn chúc tớ ngủ ngon, bố hỏi, ''Con ổn chứ?''

As he kisses me goodnight, Dad says, "Are you okay?"

Tớ gật đầu, nhưng tớ vẫn thấy hơi sợ một chút.

I nod my head, but I'm still a little scared.

Mẹ đến và hôn lên trán tớ.

Mom comes over and kisses my forehead.

''Con cứ nhìn lên bầu trời và đếm những ngôi sao nhé,'' mẹ nói. ''Sẽ luôn có ánh sáng trong bóng tối, Mark à. Không có lý do gì để lo sợ cả.''

“Just look at the sky and count the stars,” she says. “There’s always light in the darkness, Mark. No reason to be afraid.”

Tớ bắt đầu đếm. Một, hai, ba...

I start to count. One, two, three...

Chuyến cắm trại trôi qua thật nhanh.

Our time camping went by really fast.

Cả nhà tớ đã đi bộ xuyên qua khu rừng. Vào ban ngày khu rừng chẳng đáng sợ chút nào.

We went walking through the woods. It's not as scary in the daytime.

Tớ tìm thấy một hạt sồi và một viên đá gần con rạch. Tớ nhìn thấy một con nai đang ăn cỏ và một tổ chim ở trên cành cây.

I found an acorn and a rock near the creek. I saw a deer eating grass and a bird's nest up on a branch.

Chúng tớ cũng chèo thuyền nữa, và tớ nhìn thấy những chú cá nhảy lên khỏi mặt nước và xem một chú rùa bơi qua.

We also went canoeing, and I saw fish jump out of the water and watched as a turtle swam by.

Bố dạy tớ cách câu cá, và các bạn đoán được không? Tớ đã bắt được một con!

Dad taught me how to fish, and guess what? I caught one!

Mỗi buổi tối, từng thành viên sẽ kể lại điều mà mình thích nhất trong ngày.

Every evening we talked about our favorite part of the day.

Khi tới lượt của tớ, điều tớ yêu thích nhất luôn không đổi. Tớ thích được ngủ dưới bầu trời sao.

When it was my turn, my favorite was always the same. I loved sleeping under the stars.

Tối nào tớ cũng cố đếm hết các ngôi sao, nhưng lần nào tớ cũng ngủ thiếp đi mất.

Every night I tried to count them all, but I always ended up falling asleep.

Đúng thế đấy, bóng tối có vẻ đáng sợ, nhưng ánh sáng của những ngôi sao khiến cho bóng tối trở nên thật đẹp.

Yes, the darkness could be scary, but the light of the stars helped make the darkness pretty.

Đôi lúc tớ vẫn thấy sợ vào buổi tối, nhưng rồi tớ nhớ tới những ngôi sao và bắt đầu đếm.

Sometimes I am still afraid at night, but then I remember the stars and begin to count.

Một, hai, ba ... và tớ nhớ ra rằng không có lý do gì để lo sợ cả.

One, two, three . . . and I remember there's no reason to be afraid.

www.ingramcontent.com/pod-product-compliance
Lightning Source LLC
LaVergne TN
LVHW071726230826
846093LV00024B/540

* 9 7 8 1 5 2 5 9 7 9 1 7 0 *